School Assignment Book

List Assignments, Exams, Projects, and Accomplishments

Name: _______________________

School: _______________________

Room number: _________

designed by
Karen S. Roberts

copyright 2014

REMINDERS	TO DO
Monday	
Tuesday	
Wednesday	
Thursday	
Friday	

Notes:

<table>
<tr><th>REMINDERS</th><th>TO DO</th></tr>
</table>

Monday

Tuesday

Wednesday

Thursday

Friday

Scheduled Exams/Quizzes

✓ ____________________________________
✓ ____________________________________
✓ ____________________________________
✓ ____________________________________
✓ ____________________________________
✓ ____________________________________
✓ ____________________________________
✓ ____________________________________
✓ ____________________________________

Accomplishments

✓ ____________________________________
✓ ____________________________________
✓ ____________________________________
✓ ____________________________________
✓ ____________________________________
✓ ____________________________________
✓ ____________________________________
✓ ____________________________________
✓ ____________________________________
✓ ____________________________________

Notes:

____

____

____

REMINDERS	**TO DO**

Monday

Tuesday

Wednesday

Thursday

Friday

REMINDERS	TO DO

Monday

Tuesday

Wednesday

Thursday

Friday

Scheduled Exams/Quizzes

- ✓ _______________________________
- ✓ _______________________________
- ✓ _______________________________
- ✓ _______________________________
- ✓ _______________________________
- ✓ _______________________________
- ✓ _______________________________
- ✓ _______________________________
- ✓ _______________________________

Accomplishments

- ✓ _______________________________
- ✓ _______________________________
- ✓ _______________________________
- ✓ _______________________________
- ✓ _______________________________
- ✓ _______________________________
- ✓ _______________________________
- ✓ _______________________________
- ✓ _______________________________

Notes:

____

____

____

REMINDERS	TO DO
Monday	
Tuesday	
Wednesday	
Thursday	
Friday	

✓ _______________________________________
✓ _______________________________________
✓ _______________________________________
✓ _______________________________________
✓ _______________________________________
✓ _______________________________________
✓ _______________________________________
✓ _______________________________________
✓ _______________________________________

✓ _______________________________________
✓ _______________________________________
✓ _______________________________________
✓ _______________________________________
✓ _______________________________________
✓ _______________________________________
✓ _______________________________________
✓ _______________________________________
✓ _______________________________________

Notes:

____
____
____

REMINDERS	TO DO

Monday

Tuesday

Wednesday

Thursday

Friday

✓ _______________________________
✓ _______________________________
✓ _______________________________
✓ _______________________________
✓ _______________________________
✓ _______________________________
✓ _______________________________
✓ _______________________________
✓ _______________________________
✓ _______________________________

✓ _______________________________
✓ _______________________________
✓ _______________________________
✓ _______________________________
✓ _______________________________
✓ _______________________________
✓ _______________________________
✓ _______________________________
✓ _______________________________
✓ _______________________________

Notes:

____
____
____

<table>
<tr><th>REMINDERS</th><th>TO DO</th></tr>
</table>

Monday

Tuesday

Wednesday

Thursday

Friday

✓ _______________________________
✓ _______________________________
✓ _______________________________
✓ _______________________________
✓ _______________________________
✓ _______________________________
✓ _______________________________
✓ _______________________________
✓ _______________________________
✓ _______________________________

✓ _______________________________
✓ _______________________________
✓ _______________________________
✓ _______________________________
✓ _______________________________
✓ _______________________________
✓ _______________________________
✓ _______________________________
✓ _______________________________
✓ _______________________________

Notes:

____
____
____

REMINDERS	TO DO
Monday	
Tuesday	
Wednesday	
Thursday	
Friday	

Scheduled Exams/Quizzes

✓
✓
✓
✓
✓
✓
✓
✓
✓
✓

Accomplishments

✓
✓
✓
✓
✓
✓
✓
✓
✓
✓

Notes:

<table>
<tr><th>REMINDERS</th><th>TO DO</th></tr>
<tr><td>**Monday**</td><td></td></tr>
<tr><td>**Tuesday**</td><td></td></tr>
<tr><td>**Wednesday**</td><td></td></tr>
<tr><td>**Thursday**</td><td></td></tr>
<tr><td>**Friday**</td><td></td></tr>
</table>

Scheduled Exams/Quizzes

- ✓ _______________________________
- ✓ _______________________________
- ✓ _______________________________
- ✓ _______________________________
- ✓ _______________________________
- ✓ _______________________________
- ✓ _______________________________
- ✓ _______________________________
- ✓ _______________________________
- ✓ _______________________________

Accomplishments

- ✓ _______________________________
- ✓ _______________________________
- ✓ _______________________________
- ✓ _______________________________
- ✓ _______________________________
- ✓ _______________________________
- ✓ _______________________________
- ✓ _______________________________
- ✓ _______________________________
- ✓ _______________________________

Notes:

____

____

____

REMINDERS	**TO DO**

Monday

Tuesday

Wednesday

Thursday

Friday

✓ ______________________________
✓ ______________________________
✓ ______________________________
✓ ______________________________
✓ ______________________________
✓ ______________________________
✓ ______________________________
✓ ______________________________
✓ ______________________________

✓ ______________________________
✓ ______________________________
✓ ______________________________
✓ ______________________________
✓ ______________________________
✓ ______________________________
✓ ______________________________
✓ ______________________________
✓ ______________________________

Notes:

____
____
____

<table>
<tr><th>REMINDERS</th><th>TO DO</th></tr>
</table>

Monday

Tuesday

Wednesday

Thursday

Friday

Scheduled Exams/Quizzes

✓ _______________________________
✓ _______________________________
✓ _______________________________
✓ _______________________________
✓ _______________________________
✓ _______________________________
✓ _______________________________
✓ _______________________________
✓ _______________________________

Accomplishments

✓ _______________________________
✓ _______________________________
✓ _______________________________
✓ _______________________________
✓ _______________________________
✓ _______________________________
✓ _______________________________
✓ _______________________________
✓ _______________________________

Notes:

____
____
____

REMINDERS	TO DO
Monday	
Tuesday	
Wednesday	
Thursday	
Friday	

<table>
<tr><th>REMINDERS</th><th>TO DO</th></tr>
<tr><td>Monday

</td><td>

</td></tr>
<tr><td>Tuesday

</td><td>

</td></tr>
<tr><td>Wednesday

</td><td>

</td></tr>
<tr><td>Thursday

</td><td>

</td></tr>
<tr><td>Friday

</td><td>

</td></tr>
</table>

Scheduled Exams/Quizzes

✓ ____
✓ ____
✓ ____
✓ ____
✓ ____
✓ ____
✓ ____
✓ ____
✓ ____

Accomplishments

✓ ____
✓ ____
✓ ____
✓ ____
✓ ____
✓ ____
✓ ____
✓ ____
✓ ____
✓ ____

Notes:

____
____
____

<table>
<tr><th>REMINDERS</th><th>TO DO</th></tr>
</table>

Monday

Tuesday

Wednesday

Thursday

Friday

✓ _______________________________
✓ _______________________________
✓ _______________________________
✓ _______________________________
✓ _______________________________
✓ _______________________________
✓ _______________________________
✓ _______________________________
✓ _______________________________

✓ _______________________________
✓ _______________________________
✓ _______________________________
✓ _______________________________
✓ _______________________________
✓ _______________________________
✓ _______________________________
✓ _______________________________
✓ _______________________________

Notes:

____
____
____

<table>
<tr><th>REMINDERS</th><th>TO DO</th></tr>
<tr><td>Monday</td><td></td></tr>
<tr><td>Tuesday</td><td></td></tr>
<tr><td>Wednesday</td><td></td></tr>
<tr><td>Thursday</td><td></td></tr>
<tr><td>Friday</td><td></td></tr>
</table>

Scheduled Exams/Quizzes

✓ ____
✓ ____
✓ ____
✓ ____
✓ ____
✓ ____
✓ ____
✓ ____
✓ ____

Accomplishments

✓ ____
✓ ____
✓ ____
✓ ____
✓ ____
✓ ____
✓ ____
✓ ____
✓ ____
✓ ____

Notes:

____

____

____

REMINDERS	TO DO
Monday	
Tuesday	
Wednesday	
Thursday	
Friday	

Scheduled Exams/Quizzes

- ✓ ____
- ✓ ____
- ✓ ____
- ✓ ____
- ✓ ____
- ✓ ____
- ✓ ____
- ✓ ____
- ✓ ____

Accomplishments

- ✓ ____
- ✓ ____
- ✓ ____
- ✓ ____
- ✓ ____
- ✓ ____
- ✓ ____
- ✓ ____
- ✓ ____

Notes:

____

____

____

<table>
<tr><th>REMINDERS</th><th>TO DO</th></tr>
</table>

Monday

Tuesday

Wednesday

Thursday

Friday

Scheduled Exams/Quizzes

✓ ____
✓ ____
✓ ____
✓ ____
✓ ____
✓ ____
✓ ____
✓ ____
✓ ____
✓ ____

Accomplishments

✓ ____
✓ ____
✓ ____
✓ ____
✓ ____
✓ ____
✓ ____
✓ ____
✓ ____
✓ ____

Notes:

____
____
____

REMINDERS
TO DO
Monday
Tuesday
Wednesday
Thursday
Friday

✓ _______________________________
✓ _______________________________
✓ _______________________________
✓ _______________________________
✓ _______________________________
✓ _______________________________
✓ _______________________________
✓ _______________________________
✓ _______________________________

✓ _______________________________
✓ _______________________________
✓ _______________________________
✓ _______________________________
✓ _______________________________
✓ _______________________________
✓ _______________________________
✓ _______________________________
✓ _______________________________

Notes:

____
____
____

REMINDERS	TO DO
Monday	
Tuesday	
Wednesday	
Thursday	
Friday	

Scheduled Exams/Quizzes

- ✓ ____
- ✓ ____
- ✓ ____
- ✓ ____
- ✓ ____
- ✓ ____
- ✓ ____
- ✓ ____
- ✓ ____

Accomplishments

- ✓ ____
- ✓ ____
- ✓ ____
- ✓ ____
- ✓ ____
- ✓ ____
- ✓ ____
- ✓ ____
- ✓ ____

Notes:

____

____

____

<table>
<tr><th>REMINDERS</th><th>TO DO</th></tr>
</table>

Monday

Tuesday

Wednesday

Thursday

Friday

Notes:

<table>
<tr><th>REMINDERS</th><th>TO DO</th></tr>
</table>

Monday

Tuesday

Wednesday

Thursday

Friday

Notes:

REMINDERS	TO DO
Monday	
Tuesday	
Wednesday	
Thursday	
Friday	

<table>
<tr><th>REMINDERS</th><th>TO DO</th></tr>
<tr><td>**Monday**</td><td></td></tr>
<tr><td>**Tuesday**</td><td></td></tr>
<tr><td>**Wednesday**</td><td></td></tr>
<tr><td>**Thursday**</td><td></td></tr>
<tr><td>**Friday**</td><td></td></tr>
</table>

Scheduled Exams/Quizzes

✓ _______________________________
✓ _______________________________
✓ _______________________________
✓ _______________________________
✓ _______________________________
✓ _______________________________
✓ _______________________________
✓ _______________________________
✓ _______________________________

Accomplishments

✓ _______________________________
✓ _______________________________
✓ _______________________________
✓ _______________________________
✓ _______________________________
✓ _______________________________
✓ _______________________________
✓ _______________________________
✓ _______________________________

Notes:

____
____
____

REMINDERS	**TO DO**
Monday	
Tuesday	
Wednesday	
Thursday	
Friday	

✓ ______________________________
✓ ______________________________
✓ ______________________________
✓ ______________________________
✓ ______________________________
✓ ______________________________
✓ ______________________________
✓ ______________________________
✓ ______________________________

✓ ______________________________
✓ ______________________________
✓ ______________________________
✓ ______________________________
✓ ______________________________
✓ ______________________________
✓ ______________________________
✓ ______________________________
✓ ______________________________

Notes:

____
____
____

REMINDERS	TO DO
Monday	
Tuesday	
Wednesday	
Thursday	
Friday	

✓ _______________________________________
✓ _______________________________________
✓ _______________________________________
✓ _______________________________________
✓ _______________________________________
✓ _______________________________________
✓ _______________________________________
✓ _______________________________________
✓ _______________________________________

✓ _______________________________________
✓ _______________________________________
✓ _______________________________________
✓ _______________________________________
✓ _______________________________________
✓ _______________________________________
✓ _______________________________________
✓ _______________________________________
✓ _______________________________________

Notes:

____
____
____

REMINDERS	TO DO

Monday

Tuesday

Wednesday

Thursday

Friday

Notes:

REMINDERS	**TO DO**

Monday

Tuesday

Wednesday

Thursday

Friday

Scheduled Exams/Quizzes

- ✓ ____
- ✓ ____
- ✓ ____
- ✓ ____
- ✓ ____
- ✓ ____
- ✓ ____
- ✓ ____
- ✓ ____

Accomplishments

- ✓ ____
- ✓ ____
- ✓ ____
- ✓ ____
- ✓ ____
- ✓ ____
- ✓ ____
- ✓ ____
- ✓ ____

Notes:

____

____

____

REMINDERS	TO DO
Monday	
Tuesday	
Wednesday	
Thursday	
Friday	

REMINDERS	TO DO
Monday	
Tuesday	
Wednesday	
Thursday	
Friday	

Scheduled Exams/Quizzes

✓ ______________________________________
✓ ______________________________________
✓ ______________________________________
✓ ______________________________________
✓ ______________________________________
✓ ______________________________________
✓ ______________________________________
✓ ______________________________________
✓ ______________________________________

Accomplishments

✓ ______________________________________
✓ ______________________________________
✓ ______________________________________
✓ ______________________________________
✓ ______________________________________
✓ ______________________________________
✓ ______________________________________
✓ ______________________________________
✓ ______________________________________

Notes:

____

____

____

<table>
<tr><th>REMINDERS</th><th>TO DO</th></tr>
</table>

Monday

Tuesday

Wednesday

Thursday

Friday

✓ ___________________________________
✓ ___________________________________
✓ ___________________________________
✓ ___________________________________
✓ ___________________________________
✓ ___________________________________
✓ ___________________________________
✓ ___________________________________
✓ ___________________________________

✓ ___________________________________
✓ ___________________________________
✓ ___________________________________
✓ ___________________________________
✓ ___________________________________
✓ ___________________________________
✓ ___________________________________
✓ ___________________________________
✓ ___________________________________

Notes:

____
____
____

<table>
<tr><th>REMINDERS</th><th>TO DO</th></tr>
</table>

Monday

Tuesday

Wednesday

Thursday

Friday

Scheduled Exams/Quizzes

✓ ____
✓ ____
✓ ____
✓ ____
✓ ____
✓ ____
✓ ____
✓ ____
✓ ____

Accomplishments

✓ ____
✓ ____
✓ ____
✓ ____
✓ ____
✓ ____
✓ ____
✓ ____
✓ ____

Notes:

____
____
____

REMINDERS	TO DO
Monday	
Tuesday	
Wednesday	
Thursday	
Friday	

Notes:

<table>
<tr><th>REMINDERS</th><th>TO DO</th></tr>
</table>

Monday

Tuesday

Wednesday

Thursday

Friday

Notes:

<table>
<tr><th>REMINDERS</th><th>TO DO</th></tr>
<tr><td>**Monday**</td><td></td></tr>
<tr><td>**Tuesday**</td><td></td></tr>
<tr><td>**Wednesday**</td><td></td></tr>
<tr><td>**Thursday**</td><td></td></tr>
<tr><td>**Friday**</td><td></td></tr>
</table>

Scheduled Exams/Quizzes

✓ _______________________________
✓ _______________________________
✓ _______________________________
✓ _______________________________
✓ _______________________________
✓ _______________________________
✓ _______________________________
✓ _______________________________
✓ _______________________________

Accomplishments

✓ _______________________________
✓ _______________________________
✓ _______________________________
✓ _______________________________
✓ _______________________________
✓ _______________________________
✓ _______________________________
✓ _______________________________
✓ _______________________________

Notes:

____
____
____

<table>
<tr><th>REMINDERS</th><th>TO DO</th></tr>
</table>

Monday

Tuesday

Wednesday

Thursday

Friday

✓ _______________________________
✓ _______________________________
✓ _______________________________
✓ _______________________________
✓ _______________________________
✓ _______________________________
✓ _______________________________
✓ _______________________________
✓ _______________________________

✓ _______________________________
✓ _______________________________
✓ _______________________________
✓ _______________________________
✓ _______________________________
✓ _______________________________
✓ _______________________________
✓ _______________________________
✓ _______________________________

Notes:

____
____
____

REMINDERS	TO DO

Monday

Tuesday

Wednesday

Thursday

Friday

✓ ______________________________
✓ ______________________________
✓ ______________________________
✓ ______________________________
✓ ______________________________
✓ ______________________________
✓ ______________________________
✓ ______________________________
✓ ______________________________

✓ ______________________________
✓ ______________________________
✓ ______________________________
✓ ______________________________
✓ ______________________________
✓ ______________________________
✓ ______________________________
✓ ______________________________
✓ ______________________________

Notes:

____
____
____

<table>
<tr><td>REMINDERS</td><td>TO DO</td></tr>
</table>

Monday

Tuesday

Wednesday

Thursday

Friday

✓ _______________________________
✓ _______________________________
✓ _______________________________
✓ _______________________________
✓ _______________________________
✓ _______________________________
✓ _______________________________
✓ _______________________________
✓ _______________________________

✓ _______________________________
✓ _______________________________
✓ _______________________________
✓ _______________________________
✓ _______________________________
✓ _______________________________
✓ _______________________________
✓ _______________________________
✓ _______________________________

Notes:

____
____
____

REMINDERS	TO DO

Monday

Tuesday

Wednesday

Thursday

Friday

<table><tr><td style="background:black;color:white;text-align:center">Scheduled Exams/Quizzes</td></tr></table>

- ✓ ____
- ✓ ____
- ✓ ____
- ✓ ____
- ✓ ____
- ✓ ____
- ✓ ____
- ✓ ____
- ✓ ____

<table><tr><td style="background:black;color:white;text-align:center">Accomplishments</td></tr></table>

- ✓ ____
- ✓ ____
- ✓ ____
- ✓ ____
- ✓ ____
- ✓ ____
- ✓ ____
- ✓ ____
- ✓ ____

Notes:

____

____

____

REMINDERS	TO DO

Monday

Tuesday

Wednesday

Thursday

Friday

Notes:

REMINDERS	TO DO
Monday	
Tuesday	
Wednesday	
Thursday	
Friday	

✓ _______________________________________
✓ _______________________________________
✓ _______________________________________
✓ _______________________________________
✓ _______________________________________
✓ _______________________________________
✓ _______________________________________
✓ _______________________________________
✓ _______________________________________

✓ _______________________________________
✓ _______________________________________
✓ _______________________________________
✓ _______________________________________
✓ _______________________________________
✓ _______________________________________
✓ _______________________________________
✓ _______________________________________
✓ _______________________________________

Notes:

____
____
____

REMINDERS	TO DO
Monday	
Tuesday	
Wednesday	
Thursday	
Friday	

✓ _______________________________
✓ _______________________________
✓ _______________________________
✓ _______________________________
✓ _______________________________
✓ _______________________________
✓ _______________________________
✓ _______________________________
✓ _______________________________

✓ _______________________________
✓ _______________________________
✓ _______________________________
✓ _______________________________
✓ _______________________________
✓ _______________________________
✓ _______________________________
✓ _______________________________
✓ _______________________________

Notes:

____
____
____

REMINDERS	TO DO
Monday	
Tuesday	
Wednesday	
Thursday	
Friday	

✓ _______________________
✓ _______________________
✓ _______________________
✓ _______________________
✓ _______________________
✓ _______________________
✓ _______________________
✓ _______________________
✓ _______________________

✓ _______________________
✓ _______________________
✓ _______________________
✓ _______________________
✓ _______________________
✓ _______________________
✓ _______________________
✓ _______________________
✓ _______________________

Notes:

____
____
____

REMINDERS	TO DO
Monday	
Tuesday	
Wednesday	
Thursday	
Friday	

Notes:

<table>
<tr><th>REMINDERS</th><th>TO DO</th></tr>
<tr><td>Monday</td><td></td></tr>
<tr><td>Tuesday</td><td></td></tr>
<tr><td>Wednesday</td><td></td></tr>
<tr><td>Thursday</td><td></td></tr>
<tr><td>Friday</td><td></td></tr>
</table>

Scheduled Exams/Quizzes

- ✓ ____
- ✓ ____
- ✓ ____
- ✓ ____
- ✓ ____
- ✓ ____
- ✓ ____
- ✓ ____
- ✓ ____

Accomplishments

- ✓ ____
- ✓ ____
- ✓ ____
- ✓ ____
- ✓ ____
- ✓ ____
- ✓ ____
- ✓ ____
- ✓ ____

Notes:

____

____

____

REMINDERS	TO DO
Monday	
Tuesday	
Wednesday	
Thursday	
Friday	

Scheduled Exams/Quizzes

✓ ____
✓ ____
✓ ____
✓ ____
✓ ____
✓ ____
✓ ____
✓ ____
✓ ____

Accomplishments

✓ ____
✓ ____
✓ ____
✓ ____
✓ ____
✓ ____
✓ ____
✓ ____
✓ ____

Notes:

____
____
____

REMINDERS	**TO DO**
Monday	
Tuesday	
Wednesday	
Thursday	
Friday	

Scheduled Exams/Quizzes

✓ ____
✓ ____
✓ ____
✓ ____
✓ ____
✓ ____
✓ ____
✓ ____
✓ ____

Accomplishments

✓ ____
✓ ____
✓ ____
✓ ____
✓ ____
✓ ____
✓ ____
✓ ____
✓ ____

Notes:

____
____
____

<table>
<tr><th>REMINDERS</th><th>TO DO</th></tr>
</table>

Monday

Tuesday

Wednesday

Thursday

Friday

Notes:

<table>
<tr><th>REMINDERS</th><th>TO DO</th></tr>
<tr><td>**Monday**</td><td></td></tr>
<tr><td>**Tuesday**</td><td></td></tr>
<tr><td>**Wednesday**</td><td></td></tr>
<tr><td>**Thursday**</td><td></td></tr>
<tr><td>**Friday**</td><td></td></tr>
</table>

✓ ______________________________
✓ ______________________________
✓ ______________________________
✓ ______________________________
✓ ______________________________
✓ ______________________________
✓ ______________________________
✓ ______________________________
✓ ______________________________

✓ ______________________________
✓ ______________________________
✓ ______________________________
✓ ______________________________
✓ ______________________________
✓ ______________________________
✓ ______________________________
✓ ______________________________
✓ ______________________________

Notes:

____
____
____

REMINDERS	TO DO
Monday	
Tuesday	
Wednesday	
Thursday	
Friday	

Scheduled Exams/Quizzes

✓ _______________________________
✓ _______________________________
✓ _______________________________
✓ _______________________________
✓ _______________________________
✓ _______________________________
✓ _______________________________
✓ _______________________________
✓ _______________________________

Accomplishments

✓ _______________________________
✓ _______________________________
✓ _______________________________
✓ _______________________________
✓ _______________________________
✓ _______________________________
✓ _______________________________
✓ _______________________________
✓ _______________________________

Notes:

____
____
____

<table>
<tr><th>REMINDERS</th><th>TO DO</th></tr>
</table>

Monday

Tuesday

Wednesday

Thursday

Friday

Scheduled Exams/Quizzes

- ✓ ____
- ✓ ____
- ✓ ____
- ✓ ____
- ✓ ____
- ✓ ____
- ✓ ____
- ✓ ____
- ✓ ____

Accomplishments

- ✓ ____
- ✓ ____
- ✓ ____
- ✓ ____
- ✓ ____
- ✓ ____
- ✓ ____
- ✓ ____
- ✓ ____

Notes:

____

____

____

www.ingramcontent.com/pod-product-compliance
Lightning Source LLC
Chambersburg PA
CBHW071449030726
47593CB00003B/962